Impressum
Verlag: BABADADA GmbH, Nedderfeld 112 , 22529 Hamburg
Geschäftsführer / Verlagsleitung: Harald Hof
Druck: Books on Demand GmbH, In de Tarpen 42, 22848 Norderstedt

Imprint
Publisher: BABADADA GmbH, Nedderfeld 112 , 22529 Hamburg, Germany
Managing Director / Publishing direction: Harald Hof
Print: Books on Demand GmbH, In de Tarpen 42, 22848 Norderstedt, Germany

除
chia

$186/2$

黑板
bảng viết

教室
phòng học

校园
sân trường

老师
giáo viên

纸
giấy

书写
viết

钢笔
cây bút

办公桌
bàn làm việc

直尺
cây thước

书
sách

学生
học sinh

书包

cặp đeo vai học sinh

铅笔盒

hộp đựng bút

铅笔

bút chì

卷笔刀

cái gọt bút chì

橡皮擦

cục tẩy

画板

tập giấy vẽ

图画
bản vẽ

画笔
cọ vẽ

颜料盒
hộp mực vẽ

剪刀
cây kéo

胶水
keo dán

练习册
sách bài tập

家庭作业
bài tập ở nhà

12

数字
số

2+2

加
cộng

5-2

减
trừ

2×2

乘
nhân

计算
tính toán

A

字母
chữ cái

ABCDEFG
HIJKLMN
OPQRSTU
VWXYZ

字母表
bảng chữ cái

hello

字
từ

课文

văn bản

读

đọc

粉笔

phấn viết

上课

bài học

登记

sổ lớp

考试

thi kiểm tra

证书

chứng chỉ

校服

đồng phục học sinh

教育

giáo dục

百科全书

từ điển bách khoa

大学

đại học

显微镜

kính hiển vi

地图

bản đồ

废纸筐

thùng rác giấy

酒店
khách sạn

Grand

青年旅社
nhà trọ

ROOMS

外币兑换处
quầy đổi tiền

CHANGE

手提箱
va li

汽车
xe ô tô

语言
ngôn ngữ

是/否
có / không

好的
ô kê

您好
Xin chào

翻译员
thông dịch viên

谢谢
cám ơn

……多少钱？

... bao nhiêu tiều?

我不明白

tôi không hiểu

问题

vấn đề

晚上好！

Xin chào! (buổi tối)

早上好！

xin chào! (buổi sáng)

晚安！

chúc ngủ ngon!

再见

tạm biệt

方向

hướng đi

行李

hành lý

包

túi xách

双肩包

túi ba lô

客人

khách

房间

phòng

睡袋

túi ngủ

帐篷

lều

旅游信息

thông tin du lịch

海滩

bãi biển

信用卡

thẻ tín dụng

早餐

ăn sáng

午餐

ăn trưa

晚餐

ăn tối

票

vé xe

电梯

thang máy

邮票

tem bưu điện

边界

biên giới

海关

hải quan

大使馆

đại sứ quán

签证

thị thực

护照

hộ chiếu

飞机
máy bay

船
tàu thủy

消防车
xe cứu hỏa

公交车
xe buýt

卡车
xe tải

汽艇
xuồng máy

自行车
xe đạp

汽车
xe ô tô

摆渡船

phà

小船

xuồng

摩托车

xe máy

警车

xe cảnh sát

赛车

xe đua

租车

xe cho thuê

拼车

dịch vụ thuê xe tự lái

拖车

xe kéo cứu hộ

垃圾车

xe rác

发动机

động cơ

汽油

xăng

加油站

trạm xăng

交通标志

biển báo giao thông

交通

giao thông

交通堵塞

ách tắc giao thông

停车场

bãi đậu xe

火车站

nhà ga

轨道

đường ray

火车

xe lửa

电车

tàu điện

货车

toa xe

直升机

máy bay trực thăng

机场

sân bay

塔

tháp

乘客

hành khách

集装箱

côngtenơ

纸板箱

thùng các-tông

手推车

xe đẩy

篮子

cái giỏ

起飞/降落

cất cánh / hạ cánh

城市
thành phố

村庄

làng

市中心

trung tâm thành phố

房子

nhà

电影院
rạp chiếu phim

广告
quảng cáo

路灯
đèn đường

CINEMA

街道
đường phố

出租车
taxi

小吃店
quán ăn nhẹ

行人
người đi bộ

人行道
vỉa hè

十字路口
ngã tư giao th

斑马线
phần đường có vạch cho người đi bộ

垃圾箱
thùng rác lớn

红绿灯
đèn hiệu giao thông

小屋

nhà chòi

公寓

căn hộ

火车站

nhà ga

市政厅

tòa thị chính

博物馆

viện bảo tàng

学校

trường học

大学

đại học

银行

ngân hàng

医院

bệnh viện

酒店

khách sạn

药房

hiệu thuốc

办公室

văn phòng

书店

hiệu sách

商店

cửa hiệu

花店

cửa hiệu bán hoa

超市

siêu thị

市场

chợ

百货商店

cửa hàng bách hóa

鱼店

người bán cá

购物中心

trung tâm mua bán

海港

bến cảng

公园
công viên

长凳
ghế băng

桥
cầu

楼梯
cầu thang

地铁
tàu điện ngầm

隧道
đường hầm

公交车站
trạm xe buýt

酒吧
quán bar

餐馆
khách sạn

邮筒
hòm thư công cộng

路标
bảng hiệu đường

停车计时器
đồng hồ đậu xe

动物园
vườn bách thú

游泳馆
bể bơi

清真寺
nhà thờ Hồi giáo

城市 - thành phố

农场

nông trại

污染

ô nhiễm môi trường

墓地

nghĩa trang

教堂

nhà thờ

操场

sân chơi

寺庙

ngôi đền

地形
phong cảnh

树叶
lá cây

指示牌
bảng chỉ đường

路
lối đi

草地
bãi cỏ

石头
hòn đá

树
cây

徒步旅行者
người đi bộ đường dài

河
sông

草
cỏ

花
bông hoa

峡谷
thung lũng

山
đồi

湖
hồ nước

森林
rừng

沙漠
sa mạc

火山
núi lửa

城堡
lâu đài

彩虹
cầu vồng

蘑菇
nấm

棕榈树
cây cọ

蚊子
con muỗi

苍蝇
con ruồi

蚂蚁
con kiến

蜜蜂
con ong

蜘蛛
con nhện

甲虫
bọ cánh cứng

青蛙
con ếch

松鼠
con sóc

刺猬
con nhím

野兔
con thỏ

猫头鹰
con cú

鸟
con chim

天鹅
thiên nga

野猪
heo rừng

鹿
con hươu

麋鹿
nai sừng tấm

水坝
đê

风力发电机
tuabin gió

太阳能电池板
tấm năng lượng mặt trời

气候
khí hậu

服务员
bồi bàn

菜单
thực đơn

椅子
ghế

披萨饼
bánh pizza

汤
súp

桌布
khăn trải bàn

餐具
bộ dao nĩa ăn

前菜
món ăn khai vị

主菜
món ăn chính

甜点
món tráng miệng

饮料
thức uống

食物
thức ăn

瓶子
cái chai

快餐
thức ăn nhanh

街边小吃
thức ăn đường phố

茶壶
ấm trà

糖盒
hộp đường

一份饭菜
khẩu phần

意式咖啡机
máy pha espresso

高脚椅
ghế cao

账单
hóa đơn

托盘
khay

刀
dao

餐叉
nĩa

勺子
thìa

茶匙
thìa uống trà

餐巾
khăn ăn

玻璃杯
cốc thủy tinh

碟子

đĩa

汤盘

đĩa súp

碟子

đĩa lót cốc

酱

nước sốt

盐瓶

lọ muối

胡椒磨

cái xay tiêu

醋

giấm

食用油

dầu

调味料

gia vị

番茄酱

nước xốt cà chua

芥末

tương hạt cải

蛋黄酱

nước sốt mayonnaise

特价
chào giá đặc biệt

顾客
khách hàng

乳制品
sản phẩm từ sữa

水果
trái cây

购物车
xe đẩy mua sắm

肉铺
lò mổ

面包房
cửa hiệu bán bánh mì

称重
cân nặng

蔬菜
rau quả

肉
thịt

冷冻食品
thức ăn đông lạnh

冷盘

lát thịt nguội

罐头食品

đồ hộp

洗衣粉

bột giặt

甜食

đồ ngọt

日用品

sản phẩm dùng trong gia đình

清洁用品

chất tẩy rửa

销售员

người bán hàng

收银机

quầy trả tiền

收银员

nhân viên thu ngân

购物清单

danh sách mua sắm

开放时间

giờ mở cửa

钱包

ví tiền

信用卡

thẻ tín dụng

袋子

túi đeo

塑料袋

túi ny lông

水

nước

果汁

nước quả ép

牛奶

sữa

可乐

coca-cola

红酒

rượu vang

啤酒

bia

酒

cồn

可可

cacao

茶

trà

咖啡

cà phê

意式浓缩咖啡

espresso

卡布奇诺

cappuccino

香蕉

chuối

苹果

quả táo

橙子

quả cam

西瓜

dưa hấu

柠檬

chanh

胡萝卜

cà rốt

大蒜

tỏi

竹子

tre

洋葱

củ hành

蘑菇

nấm

坚果

hạt dẻ

面条

mì

意大利面条

mì spaghetti

米饭

cơm

沙拉

xà lách

薯条

khoai tây chiên

炸土豆

khoai tây chiên

披萨饼

bánh pizza

汉堡包

bánh hamburger

三明治

bánh mì sandwich

炸猪排

thịt côtlet

火腿

thịt giăm bông

萨拉米

xúc xích

香肠

dồi

鸡肉

gà

烤肉

rán

鱼

cá

燕麦片
cháo yến mạch

穆兹利
cháo muesli

玉米片
bánh bột ngô nướng

面粉
bột mì

羊角面包
bánh sừng bò

面包卷
bánh mì

面包
bánh mì

烤面包
bánh mì nướng

饼干
bánh bích quy

黄油
bơ

凝乳
sữa đông

蛋糕
bánh ngọt

蛋
trứng

煎蛋
trứng rán

奶酪
pho mát

冰激凌

kem

糖

đường

蜂蜜

mật ong

果酱

mứt

巧克力酱

kem nougat

咖喱饭

cà ri

农舍
nhà nông trại

粮仓
nhà vựa

稻草捆
kiện rơm

田野
cánh đồng

马
con ngựa

拖车
xe moóc

马驹
ngựa con

拖拉机
máy kéo

驴
con lừa

羔羊
cừu con

羊
con cừu

山羊
con dê

奶牛
con bò

牛犊
con bê

猪
con lợn

小猪
lợn con

公牛
bò đực

鹅

con ngỗng

鸭

con vịt

小鸡

gà con

母鸡

gà mái

公鸡

gà trống

鼠

con chuột

猫

mèo

老鼠

chuột nhắt

牛

bò đực

狗

con chó

狗屋

nhà chuồng chó

花园浇水软管

ống tưới vườn cây

洒水壶

thùng tưới cây

长柄大镰刀

lưỡi hái

犁

cái cày

镰刀
cái liềm

锄头
cái cuốc

长柄草耙
cái chĩa

斧头
cái rìu

独轮手推车
xe cút kít

饲料槽
máng ăn

牛奶罐
lọ sữa

麻布袋
bao tải

栅栏
hàng rào

马厩
chuồng

温室
nhà kính trồng cây

土壤
đất trồng

种子
hạt giống

肥料
phân bón

联合收割机
máy gặt đập liên hợp

收割

thu hoạch

收割

mùa thu hoạch

山药

khoai lang

小麦

lúa mì

大豆

đậu nành

土豆

khoai tây

玉米

ngô

油菜籽

hạt cải dầu

果树

cây ăn trái

树薯

sắn

谷物

ngũ cốc

烟囱
ống khói

屋顶
mái nhà

落水管
ống máng nước mưa

窗户
cửa sổ

车库
ga ra

门铃
chuông cửa

门
cửa

垃圾桶
thùng rác

信箱
hòm thư

花园
vườn

客厅
phòng khách

浴室
phòng tắm

厨房
bếp

卧室
phòng ngủ

儿童房
phòng trẻ em

餐厅
phòng ăn

地板

nền nhà

墙壁

tường

吊顶

trần nhà

地窖

tầng hầm

桑拿

tắm hơi

阳台

ban công

露台

sân hiên

游泳池

bể bơi

割草机

máy cắt cỏ

被单

khăn trải giường

床罩

khăn trải giường

床

giường

扫帚

chổi

水桶

cái xô

开关

công tắc điện

壁纸
giấy dán tường

台灯
đèn

照片
hình ảnh

搁架
cái kệ

橱柜
tủ

电视机
ti vi

壁炉
lò sưởi

花
bông hoa

垫子
gối

沙发
ghế sofa

花瓶
bình hoa

遥控器
điều khiển từ xa

地毯

thảm

窗帘

rèm

餐桌

cái bàn

椅子

ghế

摇椅

ghế bập bênh

扶手椅

ghế bành

书

sách

毯子

cái chăn

装饰品

đồ trang trí

木柴

củi

电影

phim

高保真音响

máy hi-fi

钥匙

chìa khóa

报纸

báo

油画

bức tranh

海报

áp phích

收音机

radio

笔记本

sổ ghi chép

吸尘器

máy hút bụi

仙人掌

cây xương rồng

蜡烛

cây nến

冰箱
tủ lạnh

微波炉
lò viba

厨房秤
cái cân trong bếp

烤面包机
máy nướng bánh

洗洁精
chất tẩy rửa

烤箱
lò nướng

冰柜
ngăn tủ đông lạnh

垃圾桶
thùng rác

洗碗机
máy rửa bát

炊具
lò nấu

锅
nồi

铸铁锅
nồi sắt

炒锅
chảo

平底锅
chảo

水壶
ấm đun nước

蒸锅

nồi đun hơi

烤盘

khay lò nướng

陶瓷锅

bát đĩa

马克杯

cốc

碗

cái bát

筷子

đũa

长柄勺

cái vá

铲子

bàn xẻng

搅拌器

que đánh kem

滤网

rây dùng trong bếp

筛子

cái rây lọc

磨碎机

cái nạo

研钵

vữa

烧烤

vỉ nướng

明火

ngọn lửa trần

菜板
cái thớt

擀面杖
trục cán bột

开瓶器
cái mở nút chai

罐子
vỏ đồ hộp

开罐器
cái mở vỏ đồ hộp

隔热手套
miếng nhấc nồi

水槽
bồn rửa bát

刷子
bàn chải

海绵
miếng xốp

搅拌机
máy xay

冷藏箱
tủ đông lạnh

奶瓶
bình sữa cho trẻ sơ sinh

水龙头
vòi nước

淋浴
vòi hoa sen

供暖设备
lò sưởi

毛巾
khăn lau

浴帘
rèm che ngăn tắm

泡沫浴
tắm bọt

浴缸
bồn tắm

玻璃杯
cốc thủy tinh

洗衣机
máy giặt

水龙头
vòi nước

瓷砖
gạch lát

便壶
cái bô

水槽
bồn rửa bát

厕所
bồn cầu

蹲便器
bồn cầu ngồi xổm

坐浴器
bồn rửa hậu môn

小便池
bồn tiểu tiện

厕纸
giấy vệ sinh

马桶刷
bàn chải cọ bồn cầu

牙刷
bàn chải đánh răng

牙膏
kem đánh răng

牙线
chỉ nha khoa

洗
rửa

手持式喷淋头
vòi sen cầm tay

冲洗器
vòi rửa hậu môn

洗脸盆
bồn rửa

擦背刷
bàn chải cọ lưng

肥皂
xà phòng

沐浴露
sữa tắm

洗发水
dầu gội

法兰绒
khăn cọ để lắrn

排水
lỗ thoát nước

乳霜
kem

除臭剂
chất khử mùi

镜子

gương

手镜

gương tay

剃须刀

dao cạo râu

剃须泡沫

kem cạo râu

须后水

nước thơm dùng sau khi cạo râu

梳子

cái lược

刷子

bàn chải

吹风机

máy xấy tóc

喷发定型剂

keo xịt tóc

化妆品

đồ trang điểm

唇膏

thỏi son môi

指甲油

sơn bôi móng

化妆棉

bông

指甲剪

kéo cắt móng

香水

nước hoa

洗漱包

túi đựng đồ tắm

凳子

ghế đẩu

计重秤

cái cân

浴袍

áo choàng tắm

橡胶手套

găng tay làm vệ sinh

卫生棉条

nút gạc

卫生巾

băng vệ sinh

化学厕所

nhà vệ sinh hóa chất

闹钟
đồng hồ báo thức

毛绒玩具
thú bông

玩具车
xe đồ chơi

拨浪鼓
cái lúc lắc

玩具屋
nhà búp bê

礼物
món quà

气球
bong bóng

床
giường

（洋娃娃用）婴儿车
xe nôi

扑克牌
trò chơi bài

拼图
trò chơi ghép hình

漫画
truyện tranh

乐高积木

gạch Lego

积木玩具

khối xếp hình

玩具人

nhân vật hành động

婴儿服

liền quần cho trẻ sơ sinh

飞盘

đĩa nhựa để ném

床铃玩具

đồ chơi treo trên giường

棋盘游戏

trò chơi cờ bàn

骰子

xúc xắc

火车模型

đồ chơi xe lửa mô hình

安抚奶嘴

ti giả

聚会

buổi tiệc

绘本

sách tranh

球

quả bóng

洋娃娃

búp bê

玩

chơi

沙坑

hố cát

秋千

cái đu

玩具

đồ chơi

游戏机

máy chơi game cầm tay

三轮车

xe ba bánh

泰迪熊

gấu bông

衣柜

tủ quần áo

衣服

y phục

袜子

bít tất

长袜

bít tất dài

紧身裤

quần tất

围巾
khăn choàng cổ

雨伞
ô che mưa

T恤
áp phông

皮带
dây thắt lưng

靴子
ủng

拖鞋
dép đi trong nhà

运动鞋
giày sneaker

凉鞋
dép xăng đan

鞋
giày

雨靴
ủng cao su

内裤
quần lót

胸罩
áo ngực

背心
áo vest

衣服 - y phục

45

身体

áo ôm sát cơ thể

裤子

quần dài

牛仔裤

quần bò

短裙

váy

女式衬衫

áo cánh

衬衫

áo sơ mi

套头衫

áo len chui đầu

卫衣

áo len

西装夹克

áo blazer

夹克

áo jacket

外套

áo khoác

雨衣

áo mưa

套装

trang phục

连衣裙

áo váy

婚纱

áo cưới

西装
bộ com lê

睡袍
áo ngủ

睡衣
pijama

莎丽
trang phục sari

头巾
khăn trùm đầu

包头巾
khăn đội đầu

波卡
áo burka

卡夫坦
áo captan

(阿拉伯式)长袍长袍
áo aba

泳衣
quần áo bơi

男式泳裤
quần bơi

短裤
quần đùi

运动服
quần áo tracksuit

围裙
tạp dề

手套
găng tay

衣服 - y phục

纽扣

cái cúc

眼镜

kính mắt

手链

vòng đeo tay

项链

vòng cổ

戒指

nhẫn

耳环

hoa tai

便帽

mũ lưỡi trai

衣架

cái mắc treo áo quần

帽子

mũ

领带

cà vạt

拉链

dây kéo phéc mơ tuya

头盔

mũ bảo hiểm

背带

dây đeo quần

校服

đồng phục học sinh

制服

đồng phục

围兜
yếm trẻ em

安抚奶嘴
ti giả

尿不湿
tã lót

办公室
văn phòng

服务器
máy chủ

文件柜
tủ hồ sơ

打印机
máy in

纸
giấy

显示屏
màn hình

办公桌
bàn làm việc

鼠标
chuột máy tính

文件夹
thư mục

键盘
bàn phím

椅子
ghế

废纸筐
thùng rác giấy

电脑
máy tính

咖啡杯
cốc cà phê

计算器
máy tính bỏ túi

因特网
internet

笔记本电脑
laptop

信件
thư

消息
tin nhắn

手机
điện thoại di động

网络
mạng

复印机
máy photocopy

软件
phần mềm

电话
điện thoại

插座
ổ cắm điện

传真机
máy fax

表格
mẫu đơn

文件
chứng từ

买
mua

付钱
trả tiền

交易
buôn bán

现金
tiền

美元
đô la

欧元
Euro

日元
yên

卢布
rúp

瑞士法郎
franc Thụy Sĩ

人民币
nhân dân tệ

卢比
rupi

提款处
máy rút tiền tự động

外币兑换处
quầy đổi tiền

金
vàng

银
bạc

石油
dầu

能源
năng lượng

价格
giá tiền

合同
hợp đồng

税金
thuế

股票
cổ phiếu

工作
làm việc

职员
nhân viên

老板
chủ lao động

工厂
nhà máy

商店
cửa hiệu

消防员
lính cứu hỏa

警官
nhân viên cảnh sát

厨师
đầu bếp

医生
bác sĩ

飞行员
phi công

园丁

người làm vườn

木匠

thợ mộc

裁缝

thợ may

法官

chánh án

化学家

nhà hóa học

演员

diễn viên

公交车司机

tài xế xe buýt

出租车司机

người lái taxi

渔夫

ngư dân

清洁女工

người lau dọn vệ sinh

屋顶工

thợ lợp mái nhà

服务员

bồi bàn

猎人

thợ săn

画家

họa sĩ

面包师

thợ làm bánh

电工

thợ điện

建筑工人

thợ xây dựng

工程师

kỹ sư

屠夫

người hàng thịt

水管工

thợ sửa ống nước

邮递员

người đưa thư

职业 - nghề nghiệp

士兵
người lính

建筑师
kiến trúc sư

收银员
nhân viên thu ngân

花农
người bán hoa

理发师
thợ cắt tóc

售票员
nhân viên soát vé

机械师
thợ cơ khí

船长
thuyền trưởng

牙医
nha sĩ

科学家
nhà khoa học

拉比
giáo sĩ Do thái

伊玛目
lãnh tụ Hồi giáo

和尚
nhà sư

牧师
mục sư

铁锤
cây búa

钳子
kìm

螺丝刀
tua vít

扳手
cờ lê

手电筒
đèn pin

挖掘机

máy xúc đất

工具箱

hộp dụng cụ

梯子

cái thang

锯子

cưa

钉子

đinh

钻机

máy khoan

修
sửa chữa

铲子
cái xẻng

靠！
khốn nạn!

簸箕
cái hót rác

油漆桶
thùng sơn

螺丝
vít

乐器
nhạc cụ

扬声器
loa

打击乐器
bộ trống

吉他
đàn ghi ta

低音提琴
đàn công tra bát

小号
kèn trompet

钢琴

đàn piano

小提琴

đàn vĩ cầm

贝斯

ghi ta bass

定音鼓

trống định âm

鼓

trống

电子琴

đàn organ

萨克斯管

kèn Saxophone

长笛

sáo

麦克风

micro

老虎
con cọp

入口
lối vào

笼子
lồng

斑马
ngựa vằn

动物饲料
thức ăn gia súc

熊猫
gấu trúc

动物

động vật

大象

con voi

袋鼠

chuột túi

犀牛

tê giác

大猩猩

khỉ đột

熊

con gấu

骆驼

lạc đà

鸵鸟

đà điểu

狮子

sư tử

猴子

con khỉ

火烈鸟

hồng hạc

鹦鹉

con vẹt

北极熊

gấu bắc cực

企鹅

chim cánh cụt

鲨鱼

cá mập

孔雀

con công

蛇

con rắn

鳄鱼

cá sấu

动物园管理员

người trông giữ vườn bách thú

海豹

hải cẩu

美洲豹

báo đốm

矮种马

ngựa lùn

豹

con báo

河马

hà mã

长颈鹿

hươu cao cổ

老鹰

đại bàng

野猪

heo rừng

鱼

cá

龟

con rùa

海象

hải mã

狐狸

con cáo

羚羊

linh dương

动物园 - vườn bách thú

橄榄球
bóng bầu dục Mỹ

骑自行车
đua xe đạp

网球
quần vợt

篮球
bóng rổ

游泳
bơi

拳击
đấm bốc

冰球
khúc côn cầu trên băng

英式足球
bóng đá

羽毛球
cầu lông

田径
điền kinh

手球
bóng ném

滑雪
trượt tuyết

马球
polo

笑
cười

跳
nhảy

拥抱
ôm

走路
đi bộ

唱
ca hát

做梦
mơ

祈祷
cầu nguyện

亲吻
hôn

书写
viết

画
vẽ

展示
chỉ trỏ

推
đẩy

给
cho

拿
lấy đi

有
có

做
làm

当
thì / là

站
đứng

跑
chạy

拉
kéo

扔
ném

摔倒
rơi

躺
nằm

等待
chờ đợi

携带
mang vác

坐
ngồi

穿衣
mặc quần áo

睡觉
ngủ

醒来
thức dậy

看
xem

哭
khóc

抚摸
vuốt ve

梳头
chải

交谈
nói chuyện

明白
hiểu

问
câu hỏi

听
nghe

喝
uống

吃
ăn

清理
dọn dẹp

爱
yêu

做饭
nấu nướng

开车
lái xe

飞
bay

航行
di thuyền buồm

计算
tính toán

读
đọc

学习
học

工作
làm việc

结婚
cưới

缝
khâu vá

刷牙
đánh răng

杀
giết

抽烟
hút thuốc

寄
gửi đi

母
nội (ngoại)

祖父
ông nội (ngoại)

父亲
cha

母亲
mẹ

婴童
trẻ con

女儿
con gái

儿子
con trai

客人

khách

阿姨

cô (dì)

叔叔

chú, bác (cậu)

兄弟

anh (em) trai

姐妹

chị (em) gái

前额
trán

眼睛
mắt

肩膀
vai

脸
mặt

手指
ngón tay

下巴
cằm

手
bàn tay

乳房
ngực

腿
chân

手臂
cánh tay

婴童

trẻ con

男人

đàn ông

女人

phụ nữ

女孩

bé gái

男孩

bé trai

头

đầu

背部
lưng

肚子
bụng

肚脐
rốn

脚趾
ngón chân

脚后跟
gót chân

骨头
xương

臀部
hông

膝盖
đầu gối

手肘
khuỷu tay

鼻子
mũi

屁股
mông

皮肤
da

脸颊
má

耳朵
tai

嘴唇
môi

身体 - cơ thể

嘴

miệng

牙齿

răng

舌头

lưỡi

脑

não

心脏

tim

肌肉

cơ bắp

肺

phổi

肝脏

gan

胃

dạ dày

肾脏

thận

性交

giao hợp

避孕套

bao cao su

卵子

noãn

精子

tinh dịch

怀孕

mang thai

月经

kinh nguyệt

阴道

âm vật

阴茎

dương vật

眉毛

lông mày

头发

tóc

脖子

cổ

身体 - cơ thể

医院
bệnh viện

救护车
xe cứu thương

轮椅
xe lăn

骨折
gãy xương

医生
bác sĩ

急诊室
phòng cấp cứu

护士
y tá

紧急情况
cấp cứu

昏迷
bất tỉnh

痛
cơn đau

受伤
bị thương

出血
chảy máu

心脏病发作
nhồi máu cơ tim

中风
đột quỵ

过敏
dị ứng

咳嗽
ho

发烧
sốt

流感
cúm

腹泻
tiêu chảy

头痛
đau đầu

癌症
ung thư

糖尿病
bệnh tiểu đường

外科医生
bác sĩ phẫu thuật

手术刀
dao mổ

手术
giải phẫu

CT

chụp cắt lớp

X光

chụp x-quang

超声波

siêu âm

口罩

mặt nạ

疾病

bệnh

候诊室

phòng đợi

拐杖

cái nạng

石膏

băng dán vết thương

绷带

băng bó

注射

tiêm thuốc

听诊器

ống nghe khám bệnh

担架

băng ca

体温计

nhiệt kế

出生

sinh đẻ

超重

thừa cân

助听器
máy trợ thính

消毒液
chất khử trùng

感染
nhiễm trùng

病毒
vi rút

艾滋病
HIV / AIDS

药物
thuốc

接种疫苗
tiêm chủng

药片
thuốc viên

药丸
viên thuốc

急救电话
gọi cấp cứu

血压计
máy đo huyết áp

生病/健康
bệnh / khỏe mạnh

救命！

cứu!

警报

báo động

突击

cuộc đột kích

攻击

sự tấn công

危险

mối nguy hiểm

紧急出口

lối thoát hiểm

着火啦！

cháy!

灭火器

bình chữa cháy

意外

tai nạn

急救箱

bộ dụng cụ sơ cứu

呼救信号

SOS

警察

cảnh sát

欧洲

châu Âu

北美洲

Bắc Mỹ

南美洲

Nam Mỹ

非洲

châu Phi

亚洲

châu Á

澳洲

châu Úc

大西洋

Đại Tây Dương

太平洋

Thái Bình Dương

印度洋

Ấn Độ Dương

南冰洋

Nam Cực Dương

北冰洋

Bắc Băng Dương

北极

bắc cực

南极

nam cực

南极洲

nam cực

地球

trái đất

陆地

đất liền

海

biển

岛

đảo

国家

quốc gia

国家

nhà nước

钟面

mặt đồng hồ

时针

kim chỉ giờ

分针

kim chỉ phút

秒针

kim chỉ giây

现在几点？

Bây giờ là mấy giờ?

天

ngày

时间

thời gian

现在

bây giờ

电子表

đồng hồ điện tử

分

phút

时

giờ

周
tuần lễ

周一 thứ Hai
周二 thứ Ba
周三 thứ Tư
周四 thứ Năm
周五 thứ Sáu
周六 thứ Bảy
周日 Chủ Nhật

昨天

hôm qua

今天

hôm nay

明天

ngày mai

早晨

buổi sáng

中午

buổi trưa

晚上

buổi tối

工作日

ngày làm việc

周末

cuối tuần

雨
▸ mưa

彩虹
▸ cầu vồng

风
gió

雪
tuyết

春
mùa xuân

夏
mùa hè

秋
▸ mùa thu

冬
mùa đông

天气预报

dự báo thời tiết

温度计

nhiệt kế

阳光

ánh nắng

云

mây

雾

sương mù

潮湿

độ ẩm không khí

闪电

tia chớp

打雷

sấm sét

风暴

cơn bão

冰雹

mưa đá

季风

gió mùa

洪水

lũ lụt

冰

nước đá

一月

tháng Một

二月

tháng Hai

三月

tháng Ba

四月

tháng Tư

五月

tháng Năm

六月

tháng Sáu

七月

tháng Bảy

八月

tháng Tám

九月

tháng Chín

十月

tháng Mười

十一月

tháng Mười Một

十二月

tháng Mười Hai

形状
hình dạng

圆形

hình tròn

正方形

hình vuông

长方形

hình chữ nhật

三角形

hình tam giác

球体

hình cầu

立方体

khối vuông

白

màu trắng

黄

màu vàng

橙

màu cam

粉

màu hồng

红

màu đỏ

紫

màu tím

蓝

màu xanh dương

绿

màu xanh lá cây

棕

màu nâu

灰

màu xám

黑

màu đen

很多/少许

nhiều / ít

生气/平静

tức tối / điềm tĩnh

美/丑

xinh đẹp / xấu xí

首/尾

bắt đầu / kết thúc

大/小

to / nhỏ

明/暗

sáng / tối

兄弟/姐妹

h (em) trai / chị (em) gái

干净/肮脏

sạch / bẩn

完整/缺失

đủ / thiếu

白天/晚上

ngày / đêm

死/生

chết / sống

宽/窄

rộng / chật hẹp

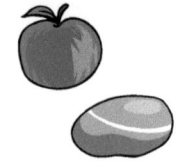

可食用/非食用

ăn được / không ăn được

邪恶/善良

ác / tử tế

兴奋/无聊

hào hứng / chán nản

胖/瘦

béo / gầy

第一/最后

đầu tiên / cuối cùng

朋友/敌人

bạn / thù

满/空

đầy / rỗng

硬/软

cứng / mềm

重/轻

nặng / nhẹ

饿/渴

đói / khát

生病/健康

bệnh / khỏe mạnh

非法/合法

bất hợp pháp / hợp pháp

聪明/愚笨

thông minh / ngu

左/右

trái / phải

近/远

gần / xa

新/旧

mới / cũ

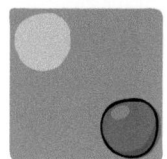

没有/有些

không có gì cả / có cái gì đó

老/幼

già / trẻ

开/关

bật / tắt

打开/合上

mở / đóng

安静/吵闹

im lặng / ồn ào

富/穷

giàu / nghèo

对/错

đúng / sai

粗糙/光滑

sần sùi / mịn màng

伤心/高兴

buồn / vui

短/长

ngắn / dài

慢/快

chậm / nhanh

湿/干

ẩm ướt / khô ráo

温暖/凉爽

ấm áp / mát mẻ

战争/和平

chiến tranh / hòa bình

反义词 - đối lập

0

零
....
số không

1

一
....
một

2

二
....
hai

3

三
....
ba

4

四
....
bốn

5

五
....
năm

6

六
....
sáu

7

七
....
bảy

8

八
....
tám

9

九
....
chín

10

十
....
mười

11

十一
....
mười một

12
十二
mười hai

13
十三
mười ba

14
十四
mười bốn

15
十五
mười lăm

16
十六
mười sáu

17
十七
mười bảy

18
十八
mười tám

19
十九
mười chín

20
二十
hai mươi

100
百
một trăm

1.000
千
một ngàn

1.000.000
百万
một triệu

数字 - con số

英语
tiếng Anh

美式英语
tiếng Anh Mỹ

普通话
tiếng Quan Thoại

印地语
tiếng Hin-di

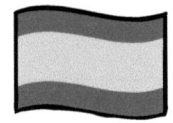

西班牙语
tiếng Tây Ban Nha

法语
tiếng Pháp

阿拉伯语
tiếng Ả-rập

俄语
tiếng Nga

葡萄牙语
tiếng Bồ Đào Nha

孟加拉语
tiếng Bengal

德语
tiếng Đức

日语
tiếng Nhật

我
tôi

你
bạn

他/她/它
anh ta / cô ta / nó

我们
chúng tôi

你们
các bạn

他们
họ

谁？
ai?

什么？
cái gì?

怎样？
như thế nào?

哪里？
ở đâu?

什么时候？
lúc nào?

名字
tên

后面

·················

phía sau

里面

·················

ở trong

前面

·················

phía trước

上方

·················

phía trên

上面

·················

ở trên

下面

·················

ở dưới

旁边

·················

bên cạnh

中间

·················

ở giữa

地点

·················

chỗ